Impressum
Verlag: BABADADA GmbH, Nedderfeld 112 , 22529 Hamburg
Geschäftsführer / Verlagsleitung: Harald Hof
Druck: Books on Demand GmbH, In de Tarpen 42, 22848 Norderstedt

Imprint
Publisher: BABADADA GmbH, Nedderfeld 112 , 22529 Hamburg, Germany
Managing Director / Publishing direction: Harald Hof
Print: Books on Demand GmbH, In de Tarpen 42, 22848 Norderstedt

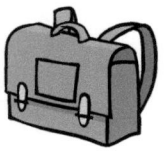

學校

skóli

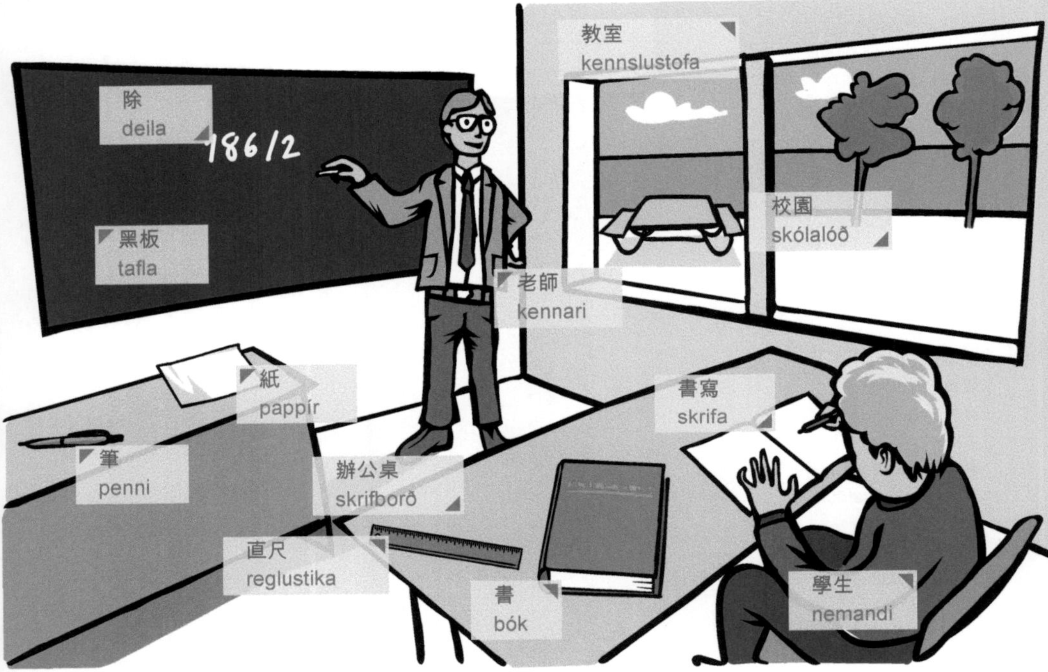

教室
kennslustofa
除
deila
186/2
黑板
tafla
老師
kennari
校園
skólalóð
紙
pappír
書寫
skrifa
筆
penni
辦公桌
skrifborð
直尺
reglustika
書
bók
學生
nemandi

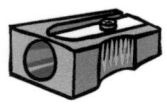

書包

skólataska

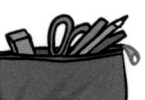

鉛筆盒

pennaveski

鉛筆

blýantur

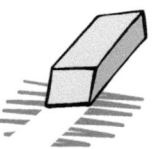

削鉛筆機

yddari

橡皮擦

strokleður

畫板

teikniblað

圖畫
teikning

畫筆
pensill

顏料盒
litakassi

剪刀
skæri

膠水
lím

練習冊
æfingabók

家庭作業
heimavinna

12

數字
númer

2+2

加
leggja saman

5-2

減
draga frá

2×2

乘
margfalda

計算
reikna

A

字母
bréf

ABCDEFG
HIJKLMN
OPQRSTU
VWXYZ

字母表
stafróf

hello

字
orð

課文

texti

讀

lesa

粉筆

krít

上課

kennslustund

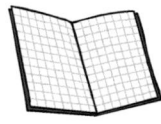

登記

kladdi

考試

próf

證書

vottorð

校服

skólabúningur

教育

menntun

百科全書

alfræðirit

大學

háskóli

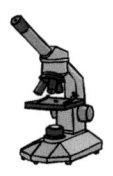

顯微鏡

smásjá

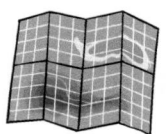

地圖

kort

廢紙簍

ruslakarfa

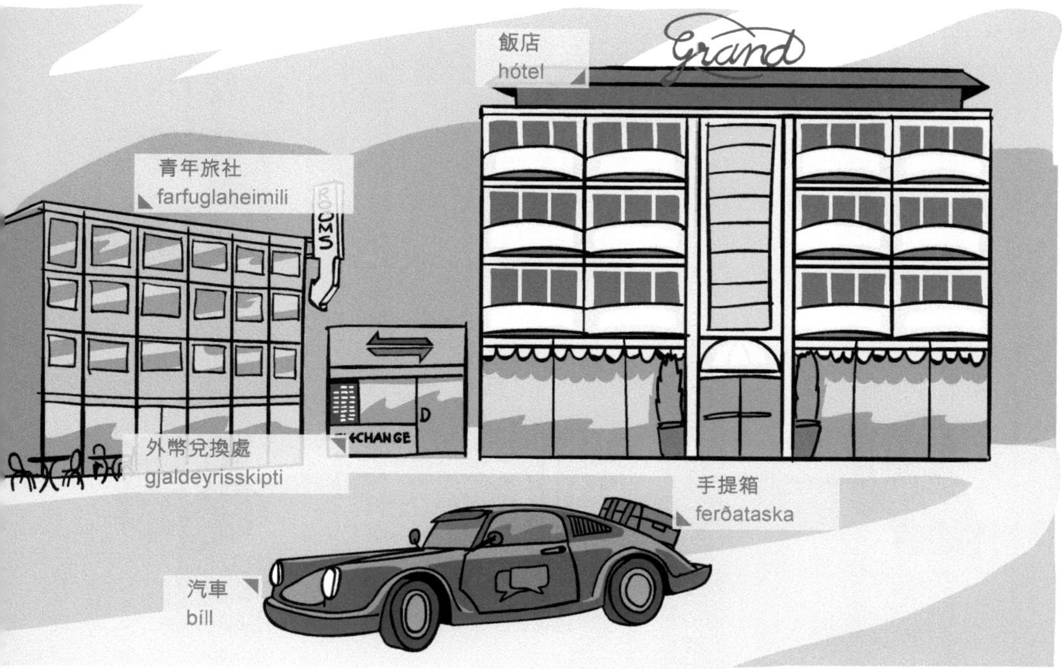

飯店
hótel

青年旅社
farfuglaheimili

外幣兌換處
gjaldeyrisskipti

手提箱
ferðataska

汽車
bíll

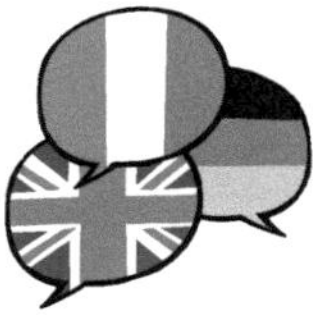

語言
tungumál

是/否
já / nei

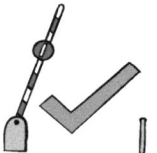

好的
allt í lagi

您好
halló

翻譯人員
þýðandi

謝謝
takk fyrir

......多少錢？

hvað kostar...?

我不明白

Ég skil ekki

問題

vandamál

晚上好！

Gott kvöld!

早上好！

Góðan dag!

晚安！

Góða nótt!

再見

bless bless

方向

átt

行李

farangur

包

taska

背包

bakpoki

客人

gestur

房間

herbergi

睡袋

svefnpoki

帳篷

tjald

6

旅行 - ferðalög

旅行資訊

upplýsingamiðstöð

海灘

strönd

信用卡

kreditkort

早餐

morgunverður

午餐

hádegisverður

晚餐

kvöldmatur

票

farmiði

電梯

lyfta

郵票

frímerki

邊界

landamæri

海關

tollur

大使館

sendiráð

簽證

vegabréfsáritun

護照

vegabréf

交通運送

samgöngur

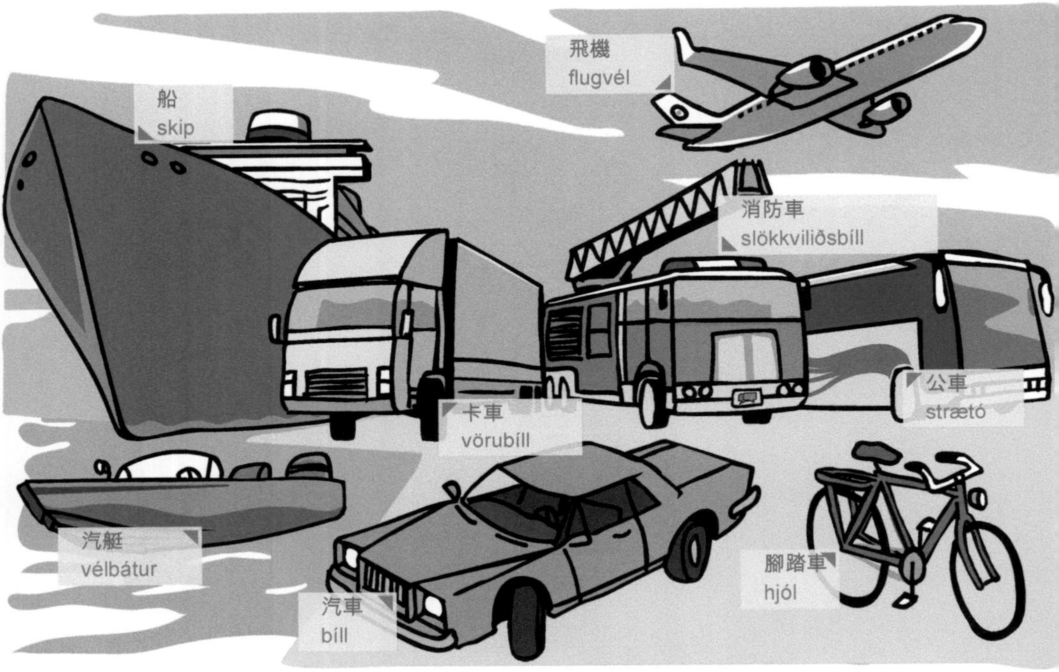

飛機
flugvél
船
skip
消防車
slökkviliðsbíll
公車
strætó
卡車
vörubíll
汽艇
vélbátur
腳踏車
hjól
汽車
bíll

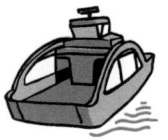

渡輪

ferja

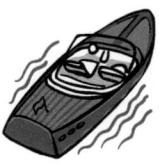

小船

bátur

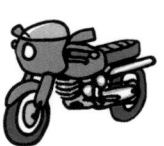

機車

mótorhjól

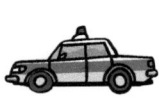

警車

lögreglubíll

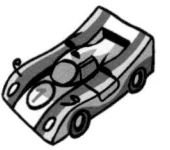

賽車

kappakstursbíll

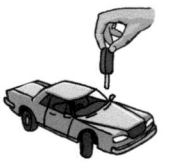

租車

bílaleigubíll

拼車

bílasamneyti

拖車

dráttarbíll

垃圾車

öskubíll

馬達

vél

汽油

eldsneyti

加油站

bensínstöð

交通標識

umferðarskilti

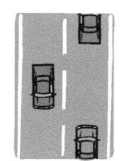

交通

umferð

交通堵塞

umferðarteppa

停車場

bílastæði

火車站

lestarstöð

軌道

járnbrautarteinar

火車

lest

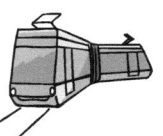

路面電車

sporvagn

客車廂

vagn

直升機
þyrla

機場
flugvöllur

塔
turn

乘客
farþegi

集裝箱
gámur

紙板箱
pappakassi

手推車
kerra

籃子
karfa

起飛/降落
takast á loft / lenda

城市

borg

村莊
þorp

市中心
miðbær

房子
hús

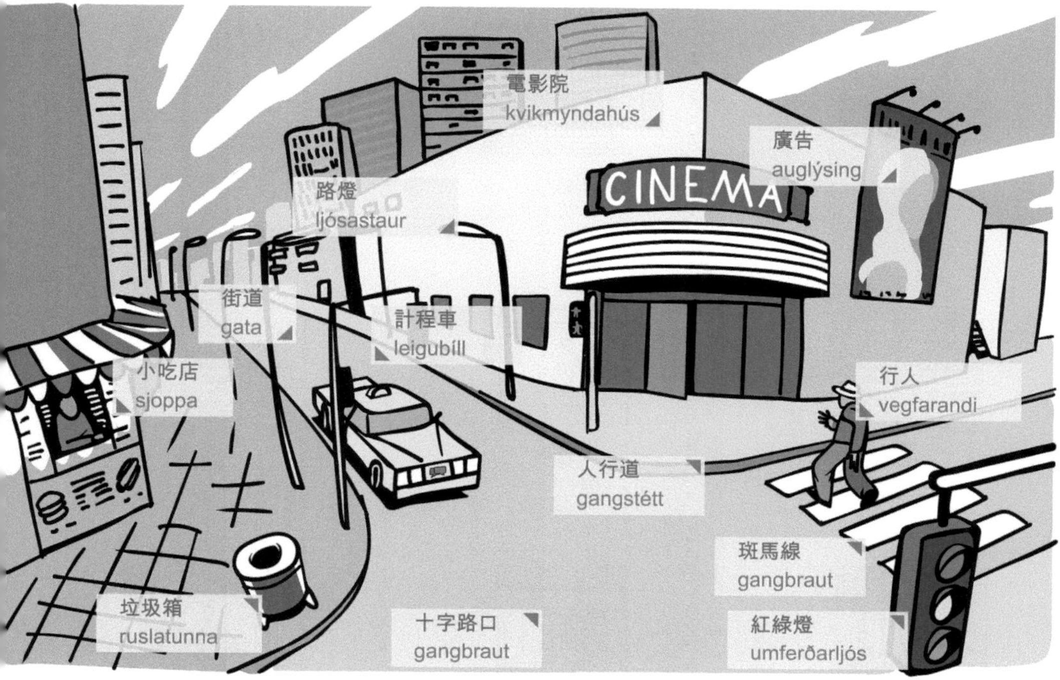

電影院
kvikmyndahús

廣告
auglýsing

路燈
ljósastaur

街道
gata

計程車
leigubíll

小吃店
sjoppa

行人
vegfarandi

人行道
gangstétt

斑馬線
gangbraut

垃圾箱
ruslatunna

十字路口
gangbraut

紅綠燈
umferðarljós

小屋
skáli

公寓
íbúð

火車站
lestarstöð

市政廳
ráðhús

博物館
safn

學校
skóli

大學

háskóli

銀行

banki

醫院

sjúkrahús

飯店

hótel

藥房

apótek

辦公室

skrifstofa

書店

bókabúð

商店

búð

花店

blómabúð

超市

kjörbúð

市場

markaður

百貨商店

stórmarkaður

魚店

fiskbúð

購物中心

verslunarmiðstöð

海港

höfn

公園

almenningsgarður

長凳

bekkur

橋

brú

樓梯

stigi

捷運

neðanjarðarlest

隧道

göng

公車站

biðstöð

酒吧

bar

餐館

veitingastaður

郵筒

póstkassi

路標

götuskilti

停車計時器

stöðumælir

動物園

dýragarður

游泳池

sundlaug

清真寺

moska

農場

bær

污染

mengun

墓地

kirkjugarður

教堂

kirkja

操場

leiksvæði

寺廟

musteri

地形

landslag

樹葉
laufblað

指示牌
leiðarvísir

路
leið

草地
engi

石頭
steinn

徒步旅行者
göngufólk

樹
tré

河
á

草
gras

花
blóm

峽谷
dalur

丘陵
hæð

湖
stöðuvatn

森林
skógur

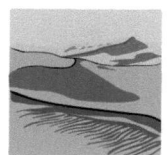

沙漠
eyðimörk

火山
eldfjall

城堡
kastali

彩虹
regnbogi

蘑菇
sveppur

棕櫚樹
pálmatré

蚊子
moskítófluga

蒼蠅
fluga

螞蟻
maur

蜜蜂
býfluga

蜘蛛
kónguló

甲蟲

bjalla

青蛙

froskur

松鼠

íkorni

刺蝟

broddgöltur

野兔

héri

貓頭鷹

ugla

鳥

fugl

天鵝

svanur

野豬

villisvín

鹿

dádýr

麋鹿

elgur

水壩

stífla

風力發電機

vindmylla

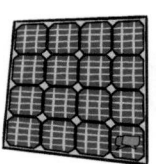

太陽能電池板

sólarrafhlaða

氣候

loftslag

餐館

veitingastaður

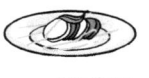

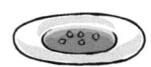

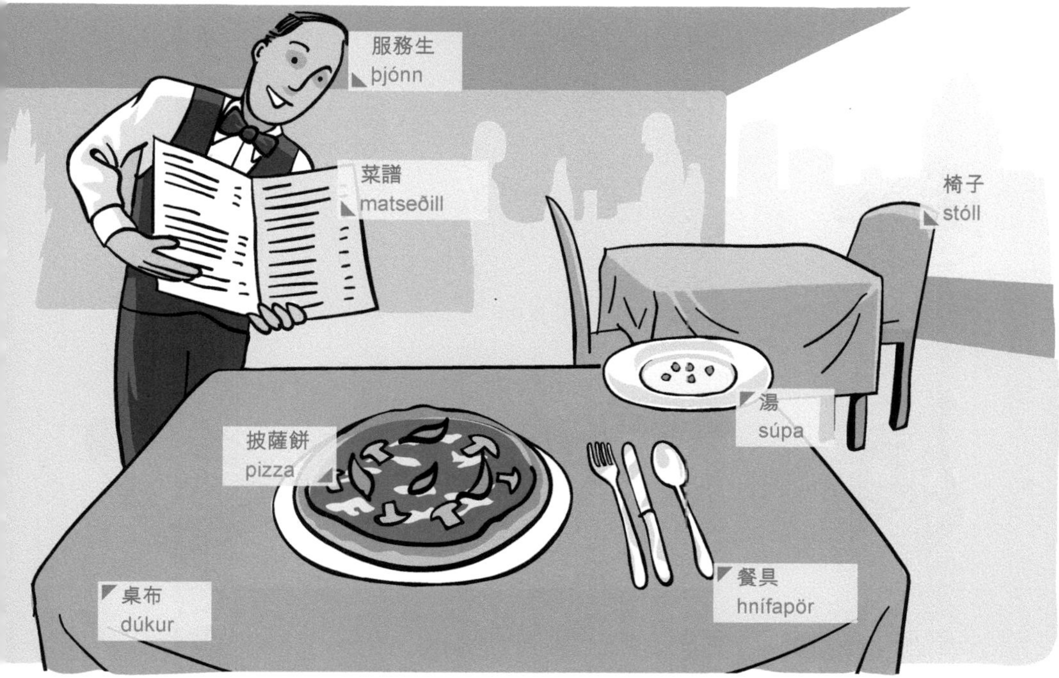

服務生
þjónn
菜譜
matseðill
椅子
stóll
湯
súpa
披薩餅
pizza
桌布
dúkur
餐具
hnífapör

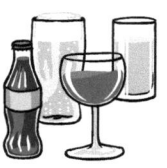

前菜
....
forréttur

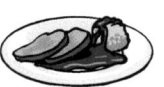

主菜
....
aðalréttur

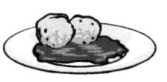

甜點
....
eftirréttur

飲料
....
drykkir

食物
....
matur

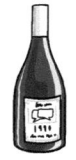

瓶子
....
flaska

速食

skyndibiti

街邊小吃

götumatur

茶壺

teketill

糖盒

sykurskál

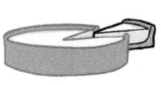

一份飯菜

skammtur

義式咖啡機

espressovél

高腳椅

barnastóll

帳單

reikningur

托盤

bakki

刀

hnífur

餐叉

gaffall

勺子

skeið

茶匙

teskeið

餐巾

servíetta

玻璃杯

glas

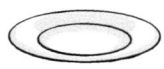

碟子
diskur

湯盤
súpudiskur

碟子
undirskál

醬
sósa

鹽瓶
saltstaukur

胡椒研磨罐
piparkvörn

醋
edik

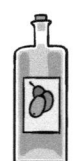

食用油
olía

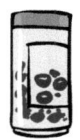 

調味料
krydd

番茄醬
tómatsósa

芥末
sinnep

美乃滋
majónes

超市

kjörbúð

特價
tilboð

顧客
viðskiptavinur

乳製品
mjólkurvörur

FOR

水果
ávöxtur

購物車
búðarkerra

BUTCHERS

肉鋪
slátrari

BAKERY

麵包店
bakarí

稱重
vega

蔬菜
grænmeti

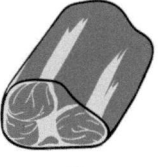

肉
kjöt

冷凍食品
frosinn matur

冷盤

kjötálegg

罐頭食品

niðursoðinn matur

洗衣粉

þvottaefni

甜食

sælgæti

日用品

vörur til heimilisnota

清潔用品

hreinsiefni

銷售員

afgreiðslukona

收銀機

afgreiðslukassi

收銀員

gjaldkeri

購物清單

innkaupalisti

開放時間

opnunartímar

錢包

veski

信用卡

kreditkort

袋子

poki

塑膠袋

plastpoki

水

vatn

果汁

safi

牛奶

mjólk

可樂

kók

紅酒

vín

啤酒

bjór

酒

áfengi

可可

kakó

茶

te

咖啡

kaffi

義式濃縮咖啡

espresso

卡布奇諾

kaffi

香蕉

banani

蘋果

epli

柳丁

appelsínugulur

西瓜

melóna

檸檬

sítróna

胡蘿蔔

gulrót

大蒜

hvítlaukur

竹子

bambus

洋蔥

laukur

蘑菇

sveppir

堅果

hnetur

麵條

núðlur

義大利麵

spagettí

米飯

hrísgrjón

沙拉

salat

薯條

franskar kartöflur

炸馬鈴薯

steiktar kartöflur

披薩餅

pizza

漢堡

hamborgari

三明治

samloka

炸豬排

snitsel

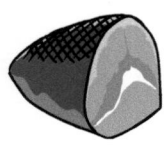

火腿

skinka

義大利臘腸

salami

香腸

pylsa

雞肉

kjúklingur

烤肉

steik

魚

fiskur

燕麥片

haframjöl

木斯里

músli

玉米片

kornflögur

麵粉

hveiti

牛角麵包

franskt horn

麵包捲

smábrauð

麵包

brauð

吐司

ristað brauð

餅乾

kex

奶油

smjör

凝乳

ystingur

蛋糕

kaka

蛋

egg

煎蛋

spælt egg

起司

ostur

冰淇淋

ís

糖

sykur

蜂蜜

hunang

果醬

sulta

巧克力醬

súkkulaðiálegg

咖哩

karrý

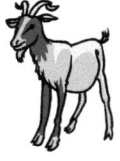

農場
bær

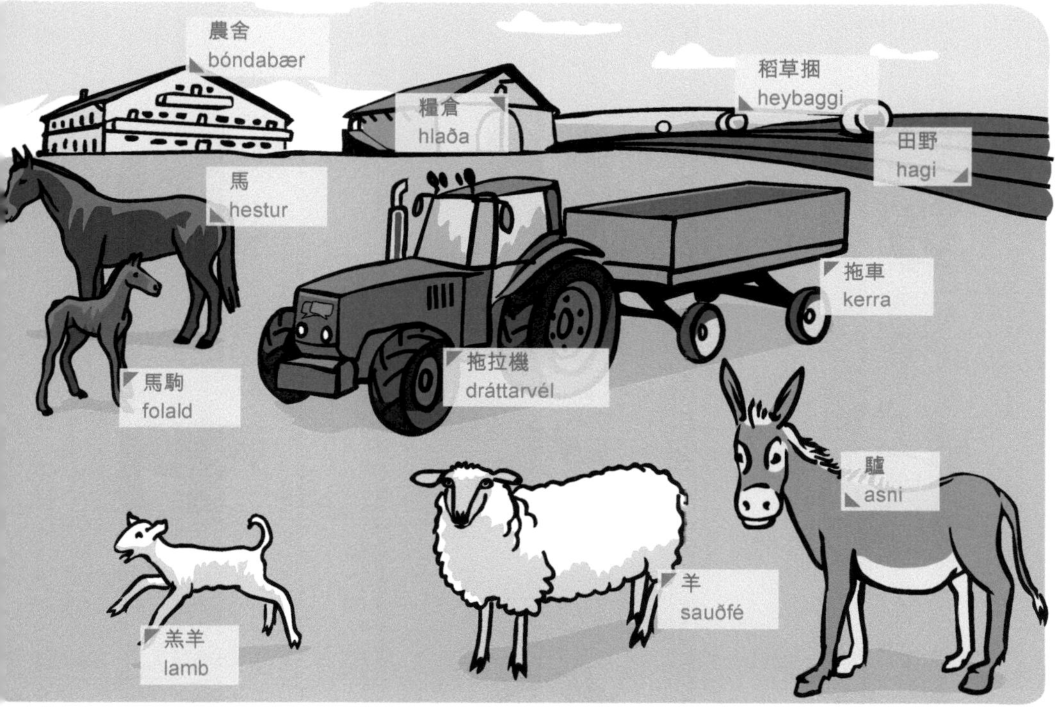

農舍
bóndabær
稻草捆
heybaggi
糧倉
hlaða
田野
hagi
馬
hestur
拖車
kerra
拖拉機
dráttarvél
馬駒
folald
驢
asni
羊
sauðfé
羔羊
lamb

山羊

geit

奶牛

kýr

小牛

kálfur

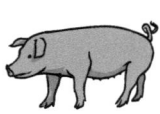

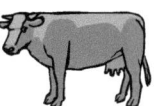

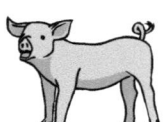

豬

svín

小豬

grís

公牛

naut

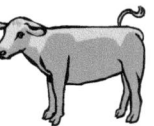

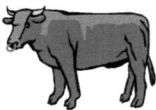

鵝

gæs

鴨

önd

小雞

ungi

母雞

hæna

公雞

hani

鼠

rotta

貓

köttur

老鼠

mús

牛

uxi

狗

hundur

狗屋

hundakofi

花園澆水軟管

garðslanga

澆水壺

garðkanna

長柄大鐮刀

ljár

犁

plógur

鐮刀

sigð

鋤頭

hlújárn

長柄草耙

heygaffall

斧頭

öxi

獨輪手推車

hjólbörur

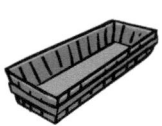

飼料槽

trog

牛奶罐

mjólkurfata

麻布袋

poki

柵欄

girðing

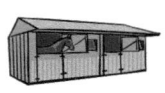

馬廄

gripahús

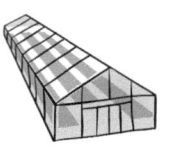

溫室

gróðurhús

土壤

jarðvegur

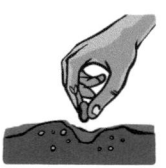

種子

fræ

肥料

áburður

聯合收割機

kornskurðarvél

收割

uppskera

收割

uppskera

地瓜

kínverskar kartöflur

小麥

hveiti

大豆

soja

土豆

kartafla

玉米

maís

油菜籽

repja

果樹

ávaxtatré

樹薯

maníókarót

穀物

korn

房子

hús

煙囪
strompur

屋頂
þak

落水管
niðurfall

窗戶
gluggi

車庫
bílskúr

門鈴
dyrabjalla

門
dyr

垃圾桶
öskutunna

信箱
póstkassi

花園
garður

客廳
stofa

浴室
baðherbergi

廚房
eldhús

臥室
svefnherbergi

兒童房
barnaherbergi

餐廳
borðstofa

房子 - hús

31

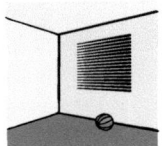

地板

gólf

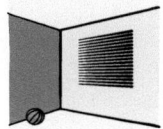

牆壁

veggur

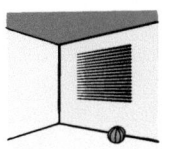

天花板

loft

地窖

kjallari

三溫暖

gufubað

陽臺

svalir

露臺

verönd

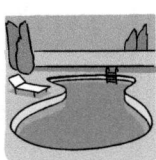

游泳池

sundlaug

割草機

sláttuvél

被單

lak

床罩

rúmteppi

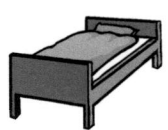

床

rúm

掃帚

kústur

水桶

fata

開關

rofi

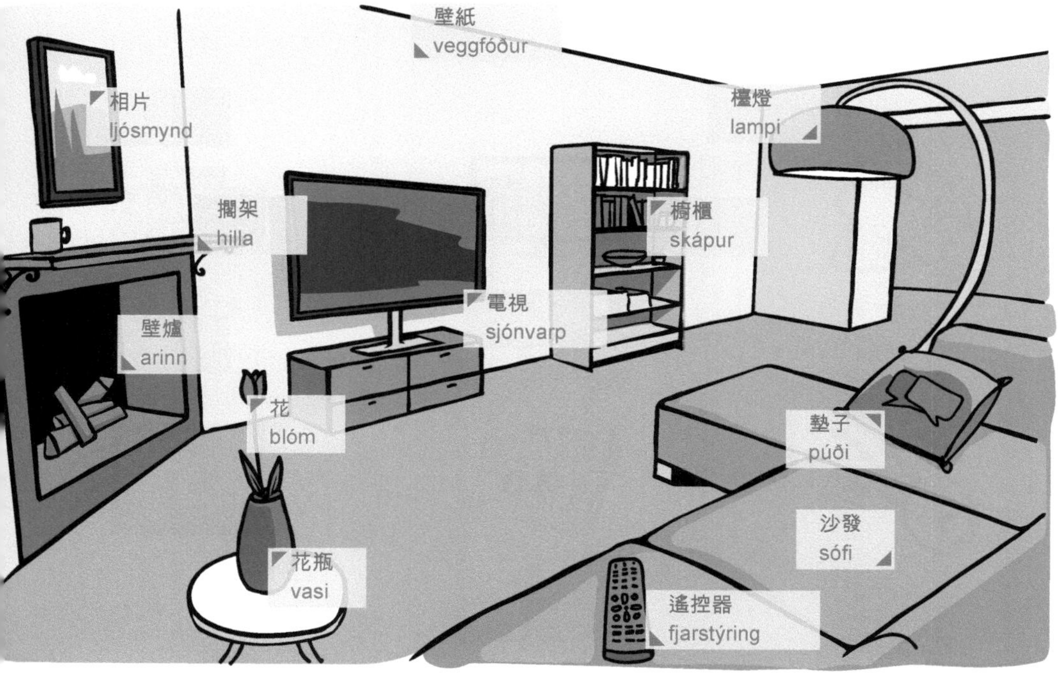

壁紙
veggfóður

相片
ljósmynd

檯燈
lampi

擱架
hilla

櫥櫃
skápur

壁爐
arinn

電視
sjónvarp

花
blóm

墊子
púði

沙發
sófi

花瓶
vasi

遙控器
fjarstýring

地毯	窗簾	餐桌
teppi	gardínur	borð

地毯
teppi

gardínur 窗簾

borð 餐桌

椅子
stóll

搖椅
ruggustóll

扶手椅
hægindastóll

書

bók

毯子

sæng

裝飾品

skraut

木柴

eldiviður

電影

mynd

高傳真音響

hljómflutningstæki

鑰匙

lykill

報紙

dagblað

油畫

málverk

海報

veggspjald

收音機

útvarp

筆記本

minnisbók

吸塵器

ryksuga

仙人掌

kaktus

蠟燭

kerti

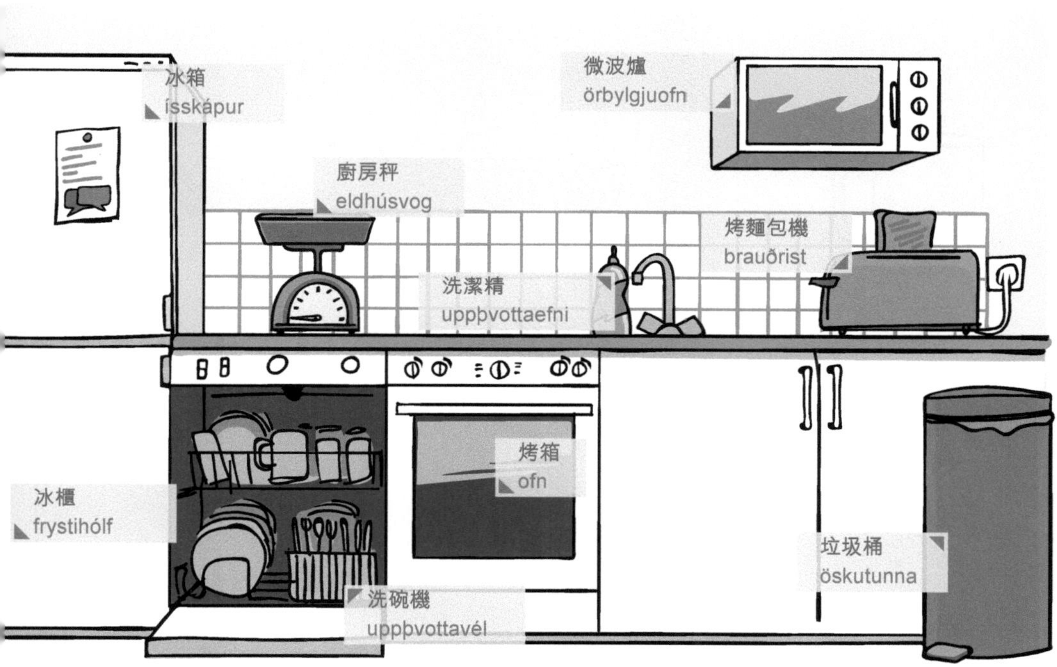

冰箱
ísskápur

微波爐
örbylgjuofn

廚房秤
eldhúsvog

烤麵包機
brauðrist

洗潔精
uppþvottaefni

冰櫃
frystihólf

烤箱
ofn

垃圾桶
öskutunna

洗碗機
uppþvottavél

炊具
eldavél

鍋
pottur

鑄鐵鍋
steypujárnspottur

炒鍋
wok/kadai

平底鍋
panna

水壺
ketill

蒸鍋

gufukarfa

烤盤

ofnform

陶瓷鍋

leirtau

馬克杯

mál

碗

skál

筷子

prjónar

長柄勺

ausa

鏟子

spaði

攪拌器

pískur

濾網

sigti

篩子

málmsigti

磨碎機

rifjárn

研缽

mortél

燒烤

grill

明火

opinn eldur

菜板

skurðarbretti

擀麵杖

kökukefli

開瓶器

tappatogari

罐子

dós

開罐器

dósaopnari

隔熱手套

pottaleppur

水槽

vaskur

刷子

bursti

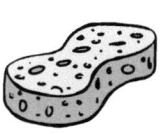

海綿

svampur

攪拌機

blandari

冷藏箱

frystir

奶瓶

peli

水龍頭

blöndunartæki

浴室

baðherbergi

淋浴
sturta
供暖裝置
upphitun
毛巾
handklæði
浴簾
sturtuhengi
泡沫浴
froðubað
浴缸
baðkar
玻璃杯
glas
洗衣機
þvottavél
水龍頭
blöndunartæki
瓷磚
flísar
便壺
barnakoppur
水槽
vaskur

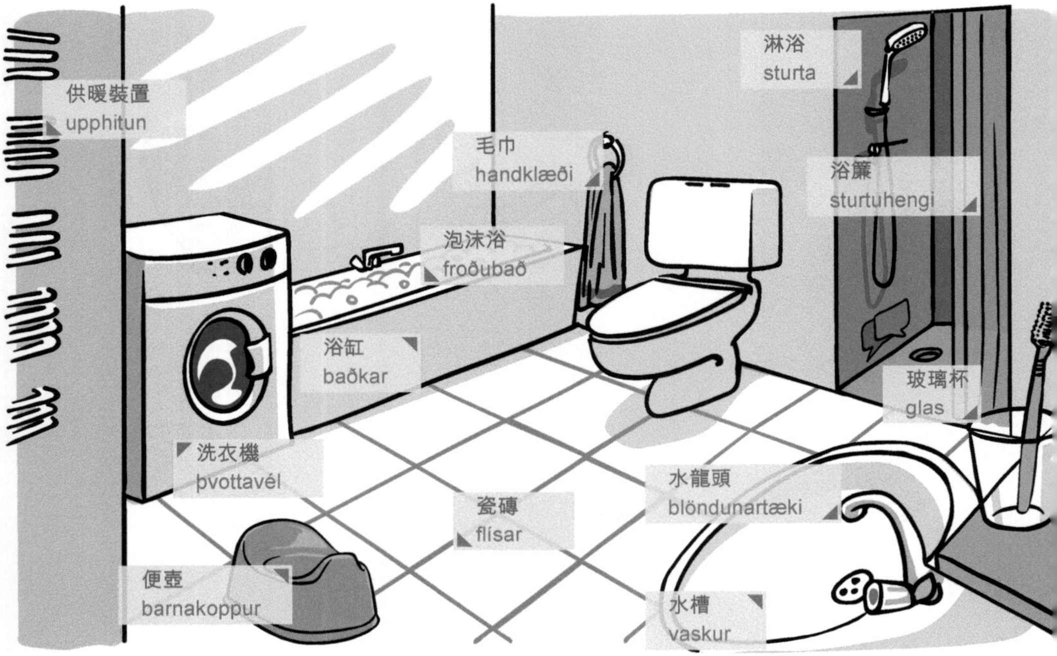

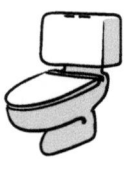

廁所

salerni

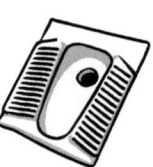

蹲便器

salerni án setu

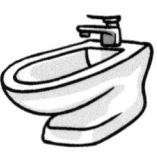

坐浴器

skolskál

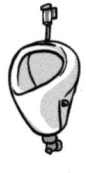

小便斗

þvagskál

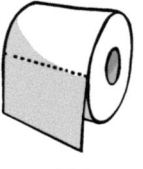

廁紙

salernispappír

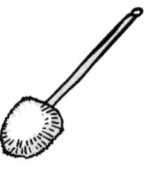

馬桶刷

salernisbursti

牙刷

tannbursti

牙膏

tannkrem

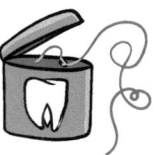

牙線

tannþráður

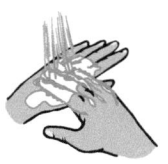

洗

þvo

手持式蓮蓬頭

handsturta

沖洗器

salernissturta

洗臉盆

vaskur

洗背刷

bakbursti

肥皂

sápa

沐浴露

sturtugel

洗髮乳

sjampó

法蘭絨

flannel

排水

niðurfall

乳霜

krem

除臭劑

svitalyktareyðir

鏡子

spegill

手鏡

handspegill

刮鬍刀

rakskafa

刮鬍泡沫

raksápa

鬍後水

rakspíri

梳子

greiða

刷子

bursti

吹風機

hárþurrka

噴髮定型劑

hársprey

化妝品

farði

唇膏

varalitur

指甲油

naglalakk

化妝棉

bómull

指甲剪

naglaklippur

香水

ilmvatn

洗漱包

þvottapoki

凳子

kollur

計重秤

vog

浴袍

sloppur

橡膠手套

gúmmíhanskar

衛生棉條

tíðatappi

衛生棉

dömubindi

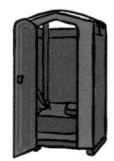

化學廁所

efnasalerni

兒童房

barnaherbergi

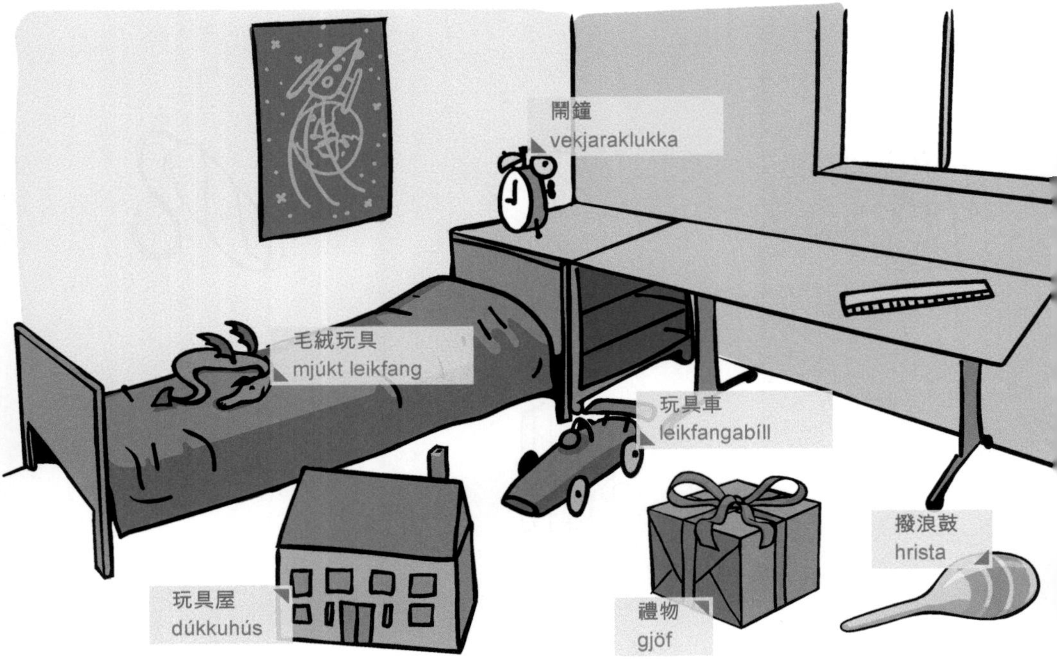

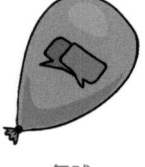

鬧鐘
vekjaraklukka
毛絨玩具
mjúkt leikfang
玩具車
leikfangabíll
撥浪鼓
hrista
玩具屋
dúkkuhús
禮物
gjöf

氣球

blaðra

床

rúm

嬰兒車

barnavagn

撲克牌

spilastokkur

拼圖

púsluspil

SUPER
MEGA

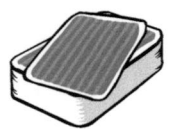

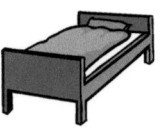

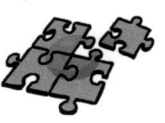

漫畫

myndasaga

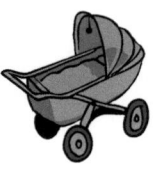

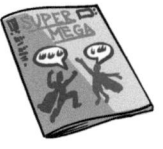

樂高積木

legókubbar

積木玩具

leikfangakubbar

公仔

leikfangakall

嬰兒服

samfestingur

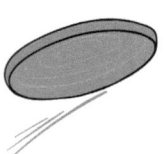

飛盤

Frisbídiskur

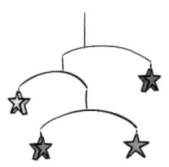

床鈴玩具

órói

棋盤遊戲

spilaborð

骰子

teningar

火車模型

lestarlíkan

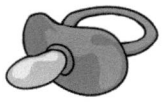

安撫奶嘴

snuð

派對

veisla

繪本

myndabók

球

bolti

洋娃娃

brúða

玩

spila

沙坑

sandkassi

鞦韆

sveifla

玩具

leikföng

電玩遊戲

leikjatölva

三輪車

þríhjól

泰迪熊

bangsi

衣櫃

fataskápur

衣服

föt

襪子

sokkar

長襪

kvensokkabuxur

緊身褲

sokkabuxur

圍巾
trefill

雨傘
regnhlíf

T恤
stuttermabolur

皮帶
belti

運動鞋
strigaskór

靴子
skór

拖鞋
inniskór

涼鞋
sandalar

鞋
skór

雨靴
gúmmístígvél

內褲
nærbuxur

胸罩
brjóstahaldari

背心
vesti

身體

samfella

褲子

buxur

牛仔褲

gallabuxur

短裙

pils

女式襯衫

blússa

襯衫

skyrta

套頭衫

peysa

連帽上衣

hettupeysa

西裝夾克

jakki

夾克

jakki

外套

frakki

雨衣

regnfrakki

套裝

dragt

連衣裙

kjóll

婚紗

brúðarkjóll

西裝

jakkaföt

睡袍

náttkjóll

睡衣

náttföt

莎麗

Sari

頭巾

höfuðslæða

包頭巾

túrban

波卡

búrka

卡夫坦

kaftan

(阿拉伯式)長袍

abaya

泳衣

sundföt

男式泳褲

sundbuxur

短褲

stuttbuxur

運動服

íþróttagalli

圍裙

svunta

手套

hanskar

鈕扣

hnappur

眼鏡

gleraugu

手鏈

armband

項鍊

hálsmen

戒指

hringur

耳環

eyrnalokkur

便帽

húfa

衣架

herðatré

帽子

hattur

領帶

bindi

拉鍊

rennilás

安全帽

hjálmur

背帶

axlabönd

校服

skólabúningur

制服

einkennisbúningur

圍兜

smekkur

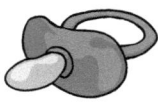

安撫奶嘴

snuð

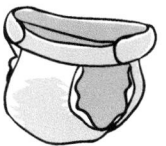

尿布

bleyja

辦公室
skrifstofa

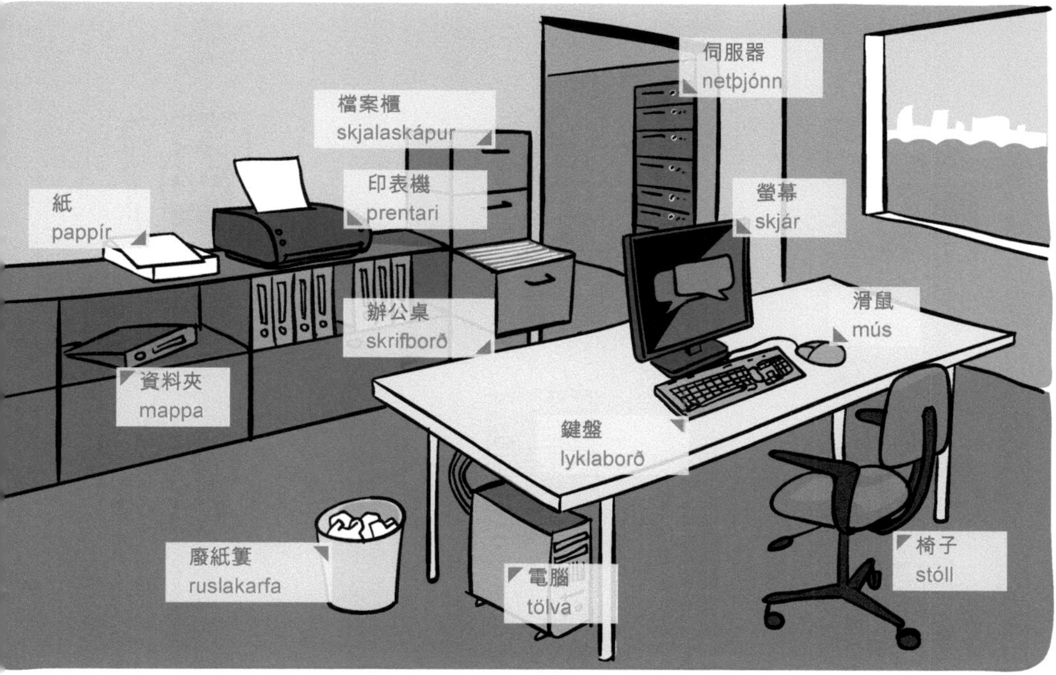

伺服器
netþjónn

檔案櫃
skjalaskápur

印表機
prentari

紙
pappír

螢幕
skjár

辦公桌
skrifborð

滑鼠
mús

資料夾
mappa

鍵盤
lyklaborð

廢紙簍
ruslakarfa

電腦
tölva

椅子
stóll

咖啡杯

kaffibolli

計算機

reiknivél

網際網路

internet

辦公室 - skrifstofa

筆記型電腦

fartölva

信件

bréf

簡訊

skilaboð

行動電話

farsími

網路

net

影印機

ljósritunarvél

軟體

hugbúnaður

電話

sími

插座

innstunga

傳真機

faxtæki

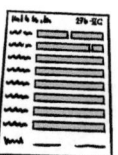

表格

eyðublað

檔案

skjal

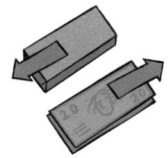

買
kaupa

付錢
borga

交易
versla

現金
peningar

美元
dollari

歐元
evra

日元
jen

盧布
rúbla

瑞士法郎
svissneskur franki

人民幣
renminbi yuan

盧比
rúpíur

提款處
hraðbanki

外幣兌換處

gjaldeyrisskipti

金

gull

銀

silfur

石油

olía

能源

orka

價格

verð

合約

samningur

稅金

skattur

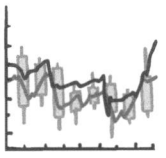

股票

hlutabréf

工作

vinna

職員

starfsmaður

老闆

vinnuveitandi

工廠

verksmiðja

商店

búð

職業
starfsgreinar

警官
lögreglumaður

消防員
slökkviliðsmaður

廚師
kokkur

醫師
læknir

飛行員
flugmaður

園丁
garðyrkjumaður

木匠
smiður

裁縫
saumakona

法官
dómari

化學家
lyfjafræðingur

演員
leikari

公車司機

strætóbílstjóri

計程車司機

leigubílstjóri

漁夫

sjómaður

清洗女工

ræstitæknir

屋頂工

þaksmiður

服務生

þjónn

獵人

veiðimaður

畫家

málari

麵包師

bakari

電工

rafvirki

建築工人

byggingaverkamaður

工程師

verkfræðingur

屠夫

slátrari

水管工

pípari

郵差

póstmaður

士兵

hermaður

建築師

arkitekt

收銀員

gjaldkeri

花農

blómasali

理髮師

hárgreiðslumaður

售票員

lestarstjóri

機械技師

vélvirki

船長

skipstjóri

牙醫

tannlæknir

科學家

vísindamaður

拉比

rabbíi

伊瑪目

Imam

和尚

munkur

牧師

prestur

工具

verkfæri

鐵錘
hamar
鉗子
tangir
螺絲起子
skrúfjárn
手電筒
logsuðutæki
扳手
skiptilykill

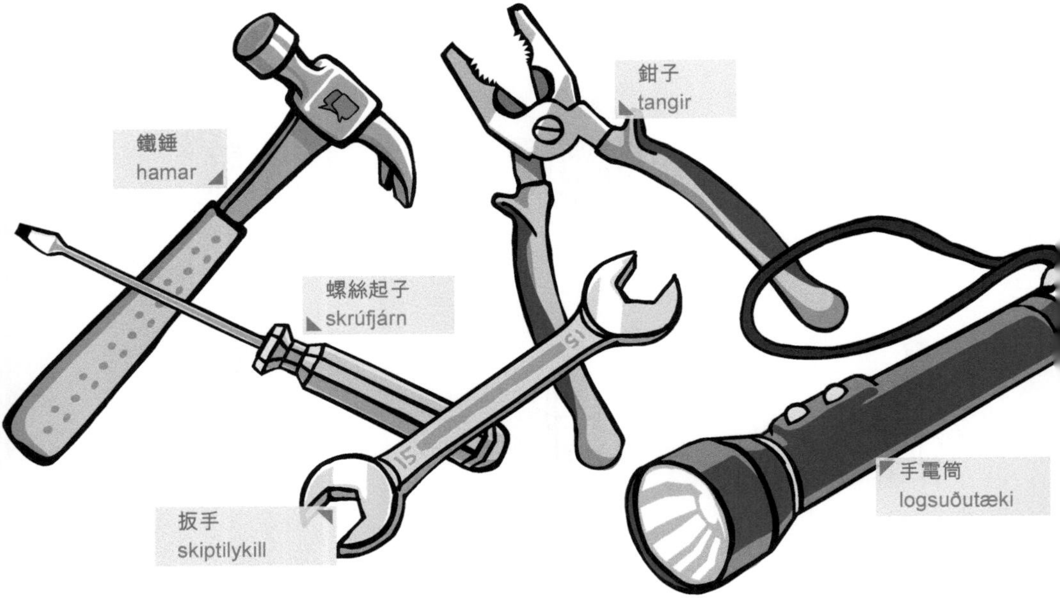

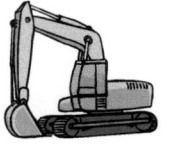

挖掘機

grafa

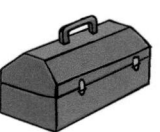

工具箱

verkfærataska

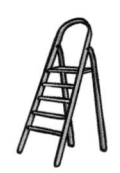

梯子

stigi

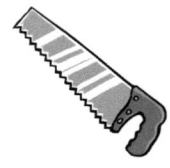

鋸子

sög

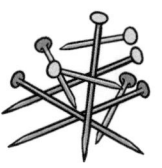

釘子

naglar

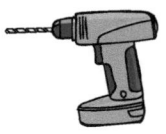

鑽機

bor

修
gera við

鏟子
skófla

糟糕！
Fjandinn!

畚箕
fægiskófla

油漆桶
málningarfata

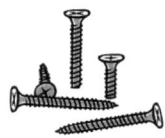

螺絲
skrúfur

樂器
hljóðfæri

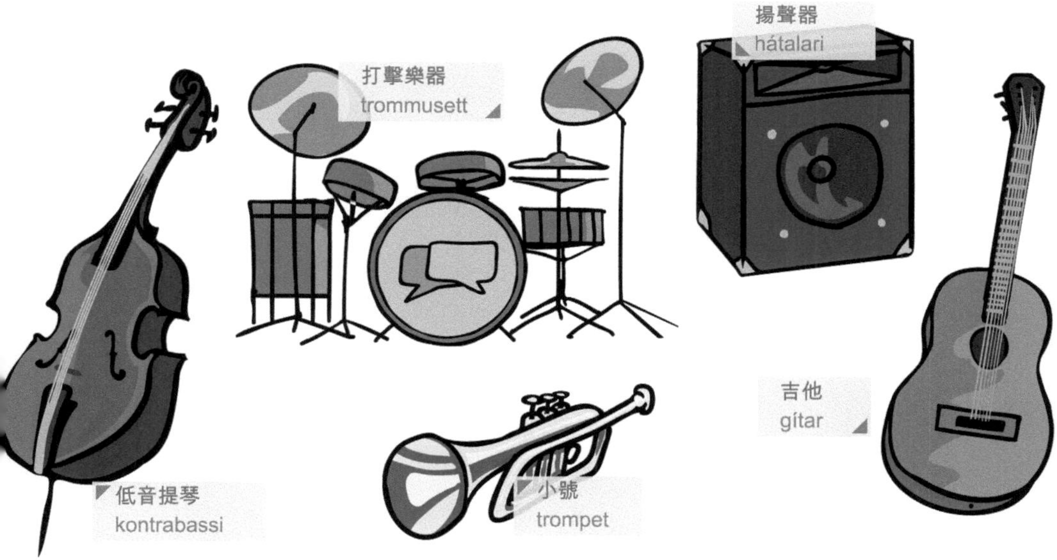

揚聲器
hátalari

打擊樂器
trommusett

吉他
gítar

低音提琴
kontrabassi

小號
trompet

鋼琴

píanó

小提琴

fiðla

貝斯

bassi

定音鼓

pákur

鼓

trommur

電子琴

hljómborð

薩克斯風

saxófónn

長笛

flauta

麥克風

hljóðnemi

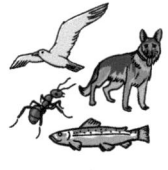

動物園
dýragarður

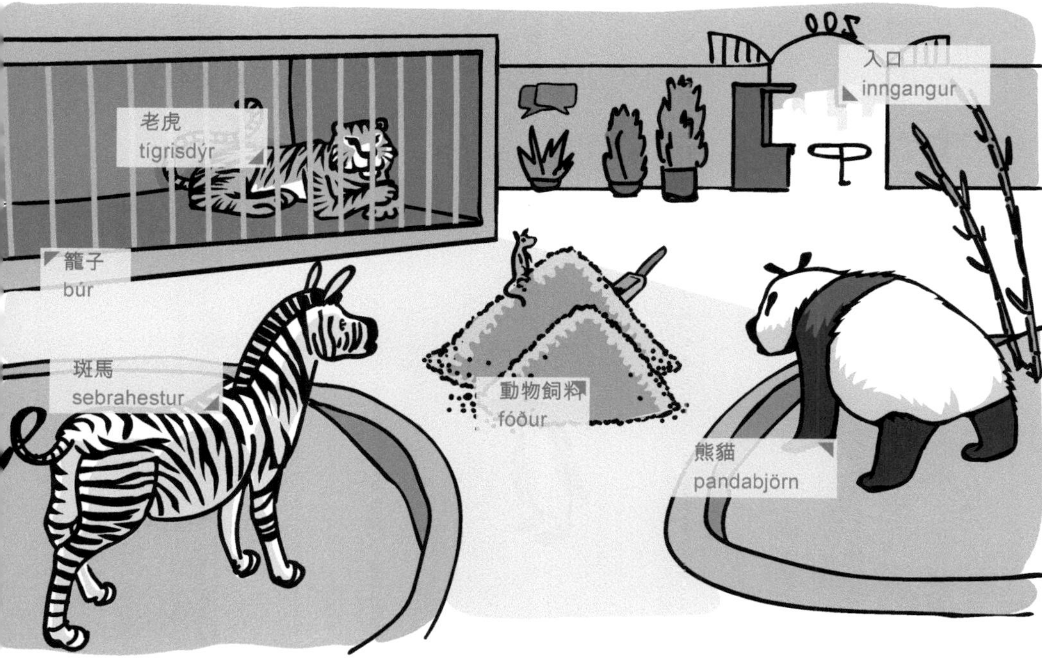
入口
inngangur
老虎
tígrisdýr
籠子
búr
斑馬
sebrahestur
動物飼料
fóður
熊貓
pandabjörn

動物

dýr

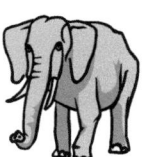

大象

fíll

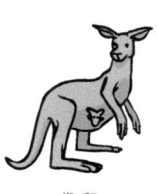

袋鼠

kengúra

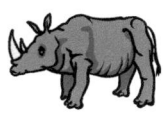

犀牛

nashyrningur

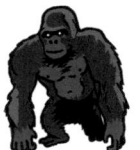

大猩猩

górilla

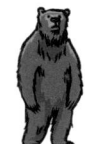

熊

skógarbjörn

駱駝

úlfaldi

鴕鳥

strútur

獅子

ljón

猴子

api

紅鶴

flamingó

鸚鵡

páfagaukur

北極熊

ísbjörn

企鵝

mörgæs

鯊魚

hákarl

孔雀

páfugl

蛇

snákur

鱷魚

krókódíll

動物園管理員

dýragarðsvörður

海豹

selur

美洲豹

jagúar

矮種馬
hestur

豹
hlébarði

河馬
flóðhestur

長頸鹿
gíraffi

老鷹
örn

野豬
villisvín

魚
fiskur

龜
skjaldbaka

海象
rostungur

狐狸
refur

羚羊
gasella

體育
íþróttir

橄欖球
Ameriskur fótbolti

騎腳踏車
hjólreiðar

網球
tennis

籃球
körfubolti

游泳
sund

拳擊
hnefaleikar

冰球
íshokkí

美式足球
fótbolti

羽毛球
hnit

田徑
frjálsar íþróttir

手球
handbolti

滑雪
skíði

馬球
póló

跳
hoppa

擁抱
faðma

笑
hlæja

走路
ganga

唱
syngja

祈禱
biðja

親吻
kyssa

做夢
dreyma

書寫
skrifa

畫
teikna

展示
sýna

推
ýta

給
gefa

拿
taka

有
hafa

做
gera

當
vera

站
standa

跑
hlaupa

拉
draga

丟
kasta

摔倒
detta

躺
ljúga

等待
bíða

攜帶
bera

坐
sitja

穿衣
klæða sig

睡覺
sofa

醒來
vakna

看
líta á

哭
gráta

擊
strjúka

梳頭
greiða

交談
tala

明白
skilja

問
spyrja

聽
hlusta

喝
drekka

吃
borða

清理
taka til

愛
elska

做飯
elda

開車
keyra

飛
fljúga

航行

sigla

計算

reikna

讀

lesa

學習

læra

工作

vinna

結婚

giftast

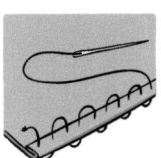

縫

sauma

刷牙

bursta tennur

殺

drepa

抽菸

reykja

寄

senda

家
fjölskylda

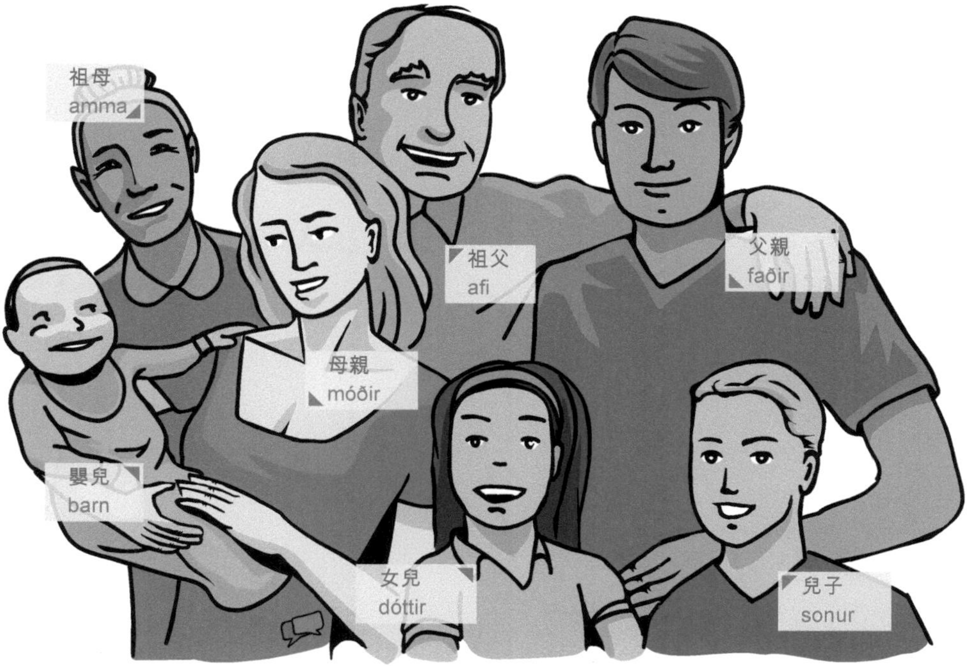

祖母
amma
祖父
afi
父親
faðir
母親
móðir
嬰兒
barn
女兒
dóttir
兒子
sonur

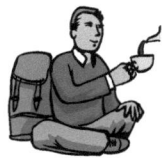

客人
gestur

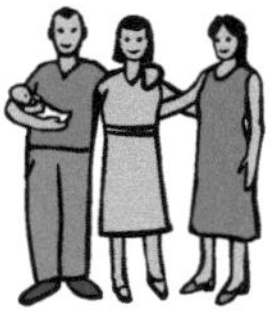

阿姨
frænka

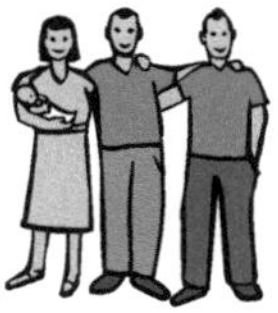
叔叔
frændi

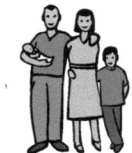

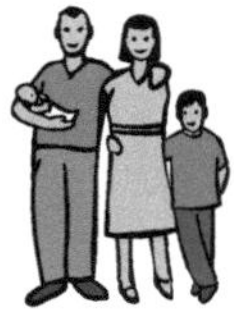
兄弟
bróðir

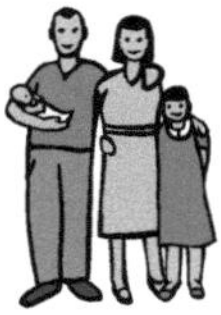
姐妹
systir

身體

líkami

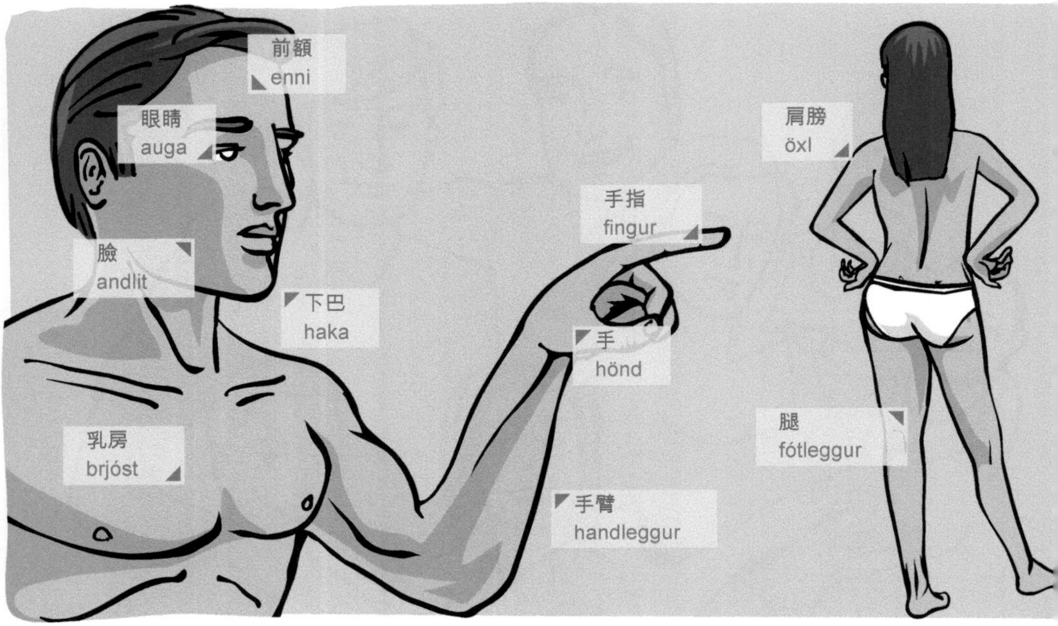

前額 enni

眼睛 auga

臉 andlit

下巴 haka

乳房 brjóst

手指 fingur

手 hönd

手臂 handleggur

肩膀 öxl

腿 fótleggur

嬰兒
barn

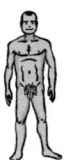

男人
maður

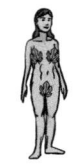

女人
kona

女孩
stúlka

男孩
drengur

頭
höfuð

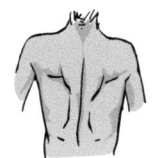

背部

bak

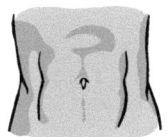

肚子

kviður

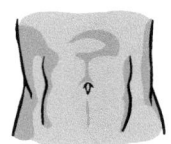

肚臍

nafli

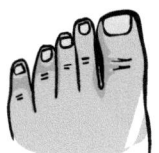

腳趾

tá

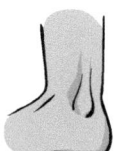

腳後跟

hæll

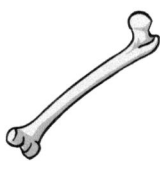

骨頭

bein

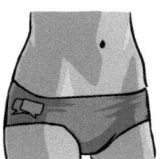

臀部

mjöðm

膝蓋

hné

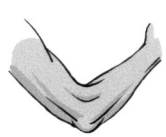

手肘

olnbogi

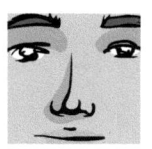

鼻子

nef

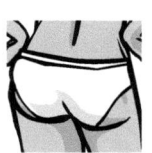

屁股

rass

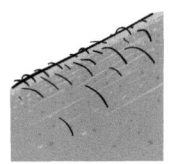

皮膚

húð

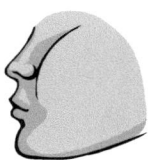

臉頰

kinn

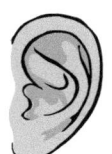

耳朵

eyra

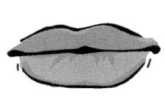

嘴唇

vör

嘴

munnur

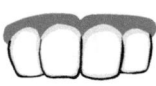

牙齒

tönn

舌頭

tunga

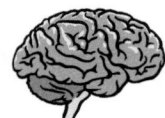

腦

heili

心臟

hjarta

肌肉

vöðvi

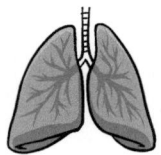

肺

lunga

肝臟

lifur

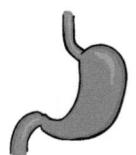

胃

magi

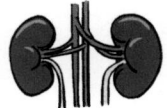

腎臟

nýru

性交

kynmök

保險套

smokkur

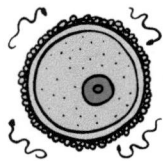

卵子

eggfruma

精子

sæði

懷孕

ólétta

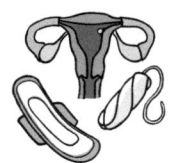

月事

tíðir

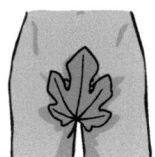

陰道

leggöng

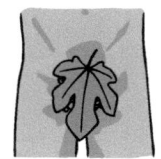

陰莖

typpi

眉毛

augabrún

頭髮

hár

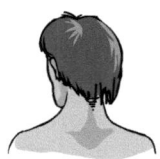

脖子

háls

醫院
sjúkrahús

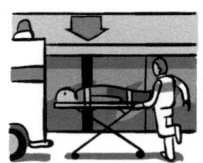

醫院
sjúkrahús

急救車
sjúkrabíll

輪椅
hjólastóll

骨折
beinbrot

醫師
læknir

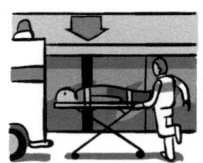

急診室
bráðamóttaka

護理師
hjúkrunarfræðingur

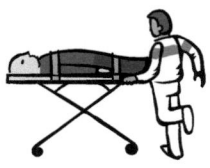

緊急情形
neyðartilvik

昏迷
meðvitundarlaus

痛
verkir

受傷

meiðsli

出血

blæðing

心臟病發作

hjartaáfall

中風

heilablóðfall

過敏

ofnæmi

咳嗽

hósti

發燒

hiti

流感

flensa

腹瀉

niðurgangur

頭痛

höfuðverkur

癌症

krabbamein

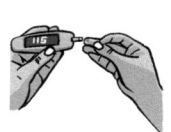

糖尿病

sykursýki

外科醫師

skurðlæknir

手術刀

skurðhnífur

手術

aðgerð

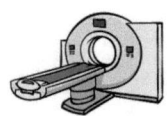

電腦斷層掃描

sneiðmyndataka

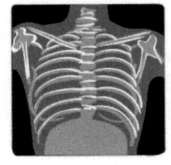

X光

röntgengeisli

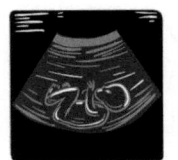

超音波

ómskoðun

口罩

andlitsgríma

疾病

sjúkdómur

候診室

biðstofa

拐杖

hækja

石膏

gifs

繃帶

sáraumbúðir

注射

sprauta

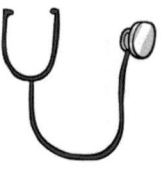

聽診器

hlustunarpípa

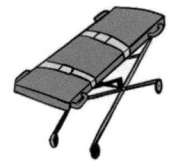

擔架

börur

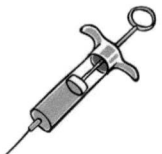

體溫計

líkamshitamælir

出生

fæðing

超重

yfirvigt

74   醫院 - sjúkrahús

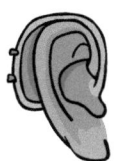

助聽器

heyrnartæki

消毒液

sótthreinsiefni

感染

sýking

病毒

veira

愛滋病

HIV / AIDS

藥物

lyf

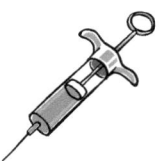

接種疫苗

bólusetning

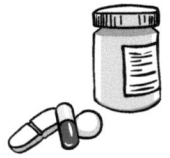

藥片

töflur

藥丸

pilla

急救電話

neyðarsímtal

血壓計

blóðþrýstingsmælir

生病/健康

lasinn / heilbrigður

救命！ Hjálp!	 警報 viðvörun	 突擊 líkamsárás
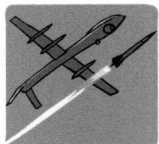 攻擊 árás	 危險 hætta	 緊急出口 neyðarútgangur
失火了！ Eldur!	 滅火器 slökkvitæki	 意外 slys
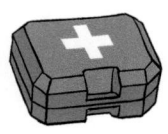 急救箱 skyndihjálparbúnaður	 呼救訊號 SOS	 員警 lögregla

歐洲

Evrópa

北美洲

Norður-Ameríka

南美洲

Suður-Ameríka

非洲

Afríka

亞洲

Asía

澳洲

Ástralía

大西洋

Atlantshaf

太平洋

Kyrrahaf

印度洋

Indlandshaf

南冰洋

Suður-Íshaf

北冰洋

Norður-Íshaf

北極

Norðurpóll

南極

Suðurpóll

南極洲

Suðurskautslandið

地球

Jörð

陸地

land

海

sjór

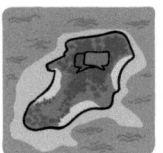

島

eyja

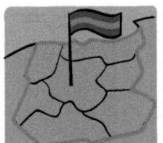

國家

þjóð

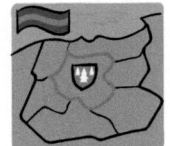

州

ríki

錶盤

klukkuskífa

時針

litli vísir

分針

stóri vísir

秒針

sekúnduvísir

現在幾點？

Hvað er klukkan?

天

dagur

時間

tími

現在

nú

電子錶

tölvuúr

分

mínúta

時

klukkustund

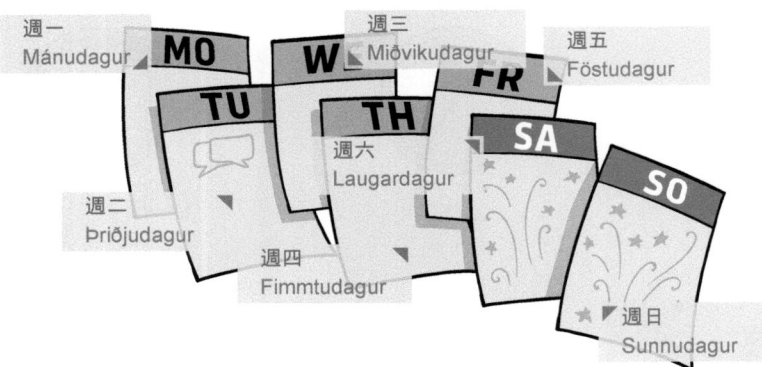

週一 Mánudagur
週三 Miðvikudagur
週五 Föstudagur
週二 Þriðjudagur
週六 Laugardagur
週四 Fimmtudagur
週日 Sunnudagur

昨天
í gær

今天
í dag

明天
á morgun

早晨
morgunn

中午
hádegi

晚上
kvöld

工作日
virkir dagar

週末
helgi

年

ár

雨
rigning
彩虹
regnbogi
風
vindur
雪
snjór
春
vor
秋
haust
夏
sumar
冬
vetur

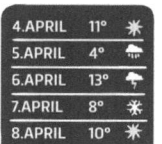

4.APRIL 11°
5.APRIL 4°
6.APRIL 13°
7.APRIL 8°
8.APRIL 10°

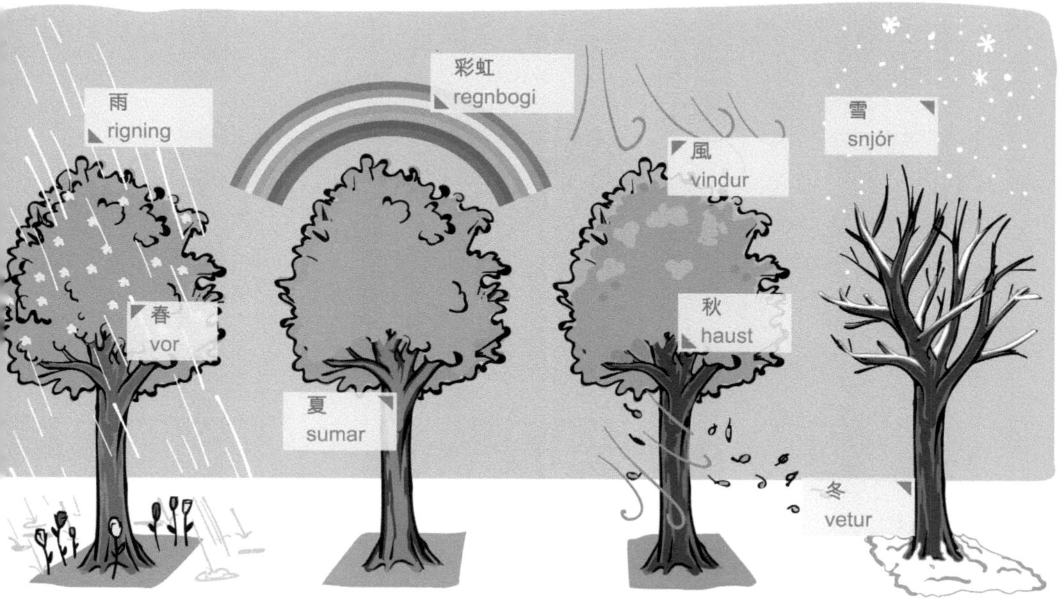

天氣預告

veðurspá

F
C
120
90
60
30
0
-30
40
30
20
10
0
-10
-20

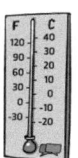

溫度計

hitamælir

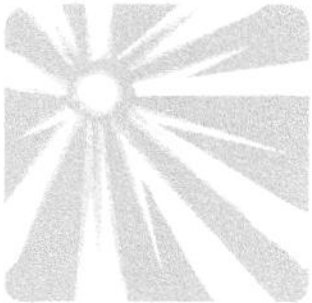

陽光

sólskin

雲

ský

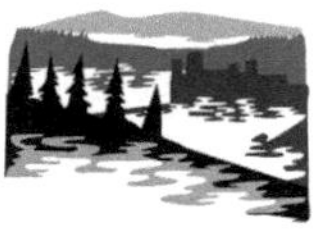

霧

þoka

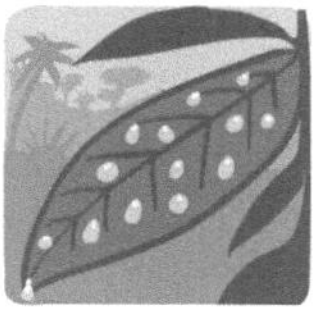

潮濕

raki

闪電

eldingar

打雷

þrumuveður

風暴

stormur

冰雹

haglél

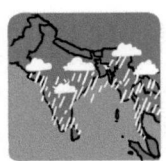

季風

monsún

洪水

flóð

冰

ís

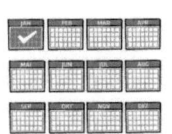

一月

Janúar

二月

Febrúar

三月

Mars

四月

Apríl

五月

Maí

六月

Júní

七月

Júlí

八月

Ágúst

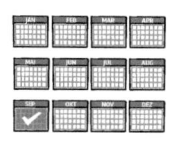

九月

September

十月

Október

十一月

Nóvember

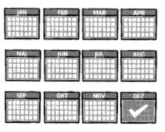

十二月

Desember

形狀

form

圓形

hringur

正方形

ferningur

長方形

rétthyrningur

三角形

þríhyrningur

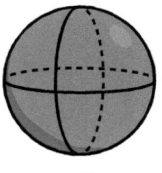

球體

kúla

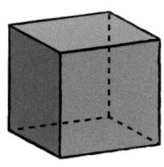

立方體

teningur

白

hvítur

黃

gulur

橙

appelsínugulur

粉

bleikur

紅

rauður

紫

fjólublár

藍

blár

綠

grænn

棕

brúnn

灰

grár

黑

svartur

很多/少許

mikið / lítið

生氣/平靜

reiður / rólegur

美/醜

fallegur / ljótur

首/尾

upphaf / endir

大/小

stór / lítill

明/暗

bjartur / dimmur

兄弟/姐妹

bróðir / systir

乾淨/骯髒

hreinn / óhreinn

完整/缺失

heill / ófullnægjandi

白天/晚上

dagur / nótt

死/生

dauður / lifandi

寬/窄

breiður / mjór

可食用/非食用

ætur / óætur

邪惡/善良

vondur / góður

興奮/無聊

spenntur / leiður

胖/瘦

feitur / mjór

第一/最後

fyrstur / síðastur

朋友/敵人

vinur / óvinur

滿/空

fullur / tómur

硬/軟

harður / mjúkur

重/輕

þungur / léttur

餓/渴

svangur / þyrstur

生病/健康

lasinn / heilbrigður

非法/合法

ólöglegur / löglegur

聰明/愚笨

greindur / heimskur

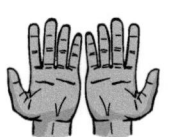

左/右

vinstri / hægri

近/遠

nálægur / fjarlægur

新/舊

nýr / notaður

沒有/有些

ekkert / eitthvað

老/幼

gamall / ungur

開/關

kveikt / slökkt

打開/闔上

opna / loka

安靜/吵鬧

Lágvær / hávær

富/窮

ríkur / fátækur

對/錯

rétt / rangt

粗糙/光滑

grófur / sléttur

傷心/高興

sorgbitinn / hamingjusamur

短/長

stutt / lengi

慢/快

hægt / hratt

濕/乾

blautur / þurr

溫暖/涼爽

heitur / kaldur

戰爭/和平

stríð / friður

數字

tölur

0
零
núll

1
一
einn

2
二
tveir

3
三
þrír

4
四
fjórir

5
五
fimm

6
六
sex

7
七
sjö

8
八
átta

9
九
níu

10
十
tíu

11
十一
ellefu

12
十二
tólf

13
十三
þrettán

14
十四
fjórtán

15
十五
fimmtán

16
十六
sextán

17
十七
sautján

18
十八
átján

19
十九
nítján

20
二十
tuttugu

100
百
hundrað

1.000
千
þúsund

1.000.000
百萬
milljón

英語

Enska

美式英語

Amerísk enska

普通話

Mandarin-kínverska

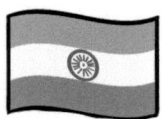

印地語

Hindí

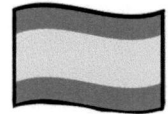

西班牙語

Spænska

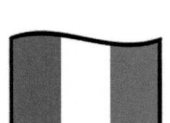

法語

Franska

阿拉伯語

Arabíska

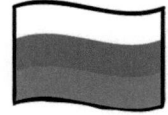

俄語

Rússneska

葡萄牙語

Portúgalska

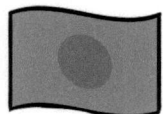

孟加拉語

Bengali

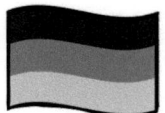

德語

Þýska

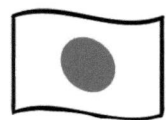

日語

Japanska

我
ég

你
þú

他/她/它
hann / hún / það

我們
við

你們
þú

他們
þeir

誰?
hver?

什麼?
hvað?

如何?
hvernig?

何處?
hvar?

何時?
hvenær?

名字
nafn

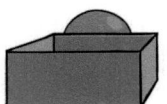

後面
bakvið

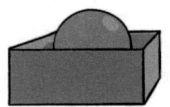

裡面
í

前面
fyrir framan

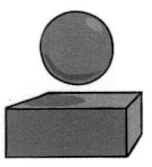

上方
yfir

上面
á

下麵
undir

旁邊
við hliðina

中間
milli

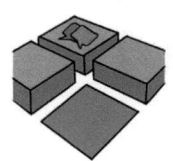

地點
sæti